First Picture Dictionary
Animals
Từ điển tranh đầu tiên
Động vật

Pig
Lợn

Rabbit
Thỏ

Butterfly
Bươm bướm

Fox
Cáo

Illustrated by Anna Ivanir

www.kidkiddos.com
Copyright ©2025 by KidKiddos Books Ltd.
support@kidkiddos.com

All rights reserved. No part of this book may be reproduced in any form or by any electronic or mechanical means, including information storage and retrieval systems, without written permission from the publisher, except in the case of a reviewer, who may quote brief passages embodied in critical articles or in a review.
First edition, 2025

Library and Archives Canada Cataloguing in Publication
First Picture Dictionary - Animals (English Vietnamese Bilingual edition)
ISBN: 978-1-83416-966-8 paperback
ISBN: 978-1-83416-967-5 hardcover
ISBN: 978-1-83416-965-1 eBook

Wild Animals
Động vật hoang dã

Tiger
Hổ

Lion
Sư tử

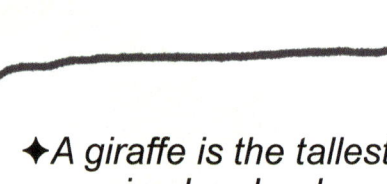

Giraffe
Hươu cao cổ

Elephant
Voi

- A giraffe is the tallest animal on land.
- *Hươu cao cổ là loài động vật cao nhất trên cạn.*

Monkey
Khỉ

Wild Animals
Động vật hoang dã

Hippopotamus — *Hà mã*

Panda — *Gấu trúc*

Fox — *Cáo*

Rhino — *Tê giác*

Deer — *Hươu*

Moose
Nai sừng tấm

Wolf
Sói

✦A moose is a great swimmer and can dive underwater to eat plants!
✦*Nai sừng tấm bơi rất giỏi và có thể lặn xuống nước để ăn thực vật!*

Squirrel
Sóc

Koala
Gấu túi koala

✦A squirrel hides nuts for winter, but sometimes forgets where it put them!
✦*Sóc giấu hạt cho mùa đông, nhưng đôi khi quên mất chỗ đã cất!*

Gorilla
Khỉ đột

Pets
Thú cưng

Canary
Chim hoàng yến

✦ A frog can breathe through its skin as well as its lungs!
✦ *Ếch có thể thở bằng da cũng như bằng phổi!*

Guinea Pig
Chuột lang

Frog
Ếch

Hamster
Chuột hamster

Goldfish
Cá vàng

Dog
Chó

◆ Some parrots can copy words and even laugh like a human!
◆ *Một số loài vẹt có thể bắt chước từ ngữ và thậm chí cười như con người!*

Parrot
Vẹt

Cat
Mèo

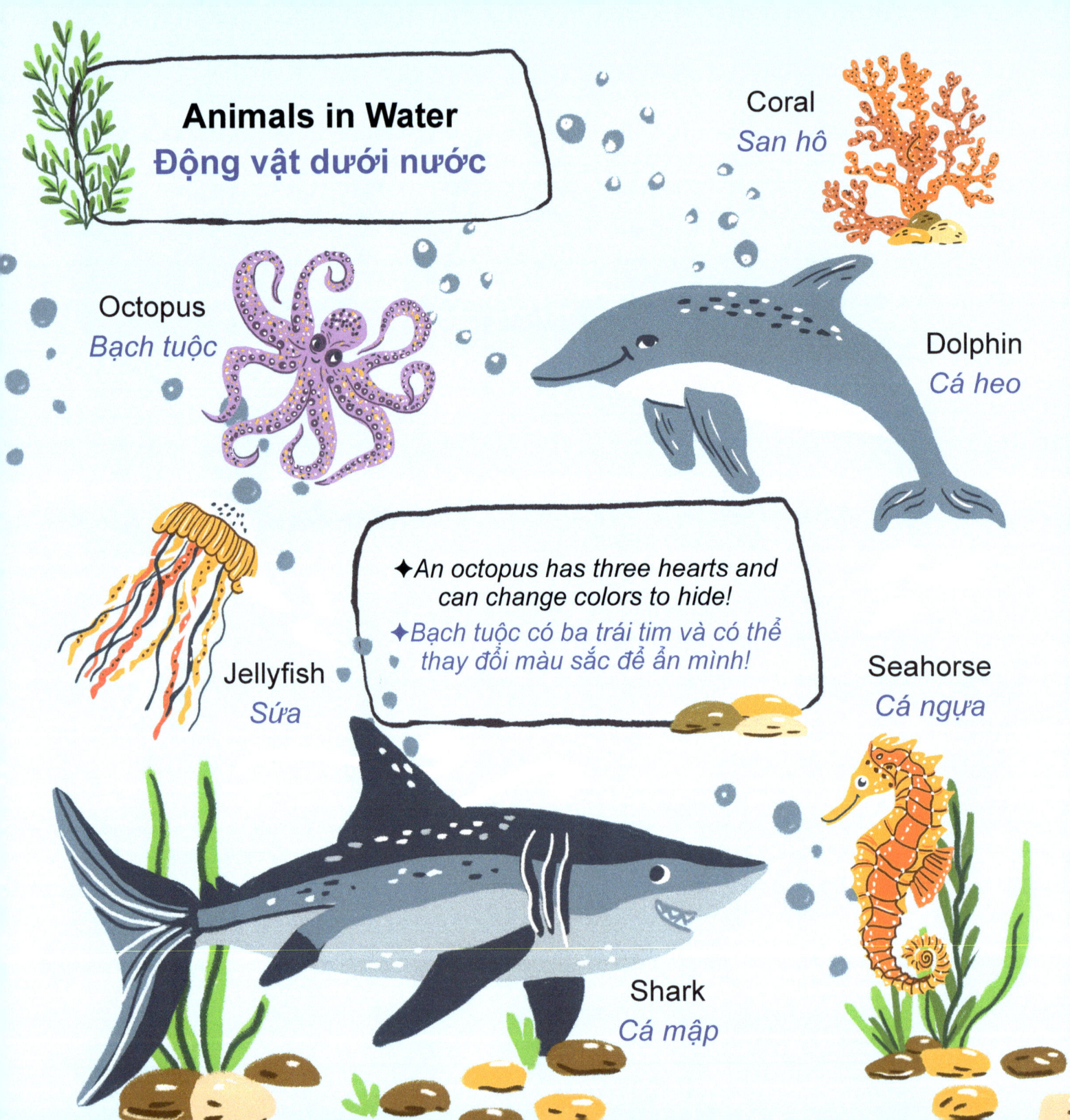

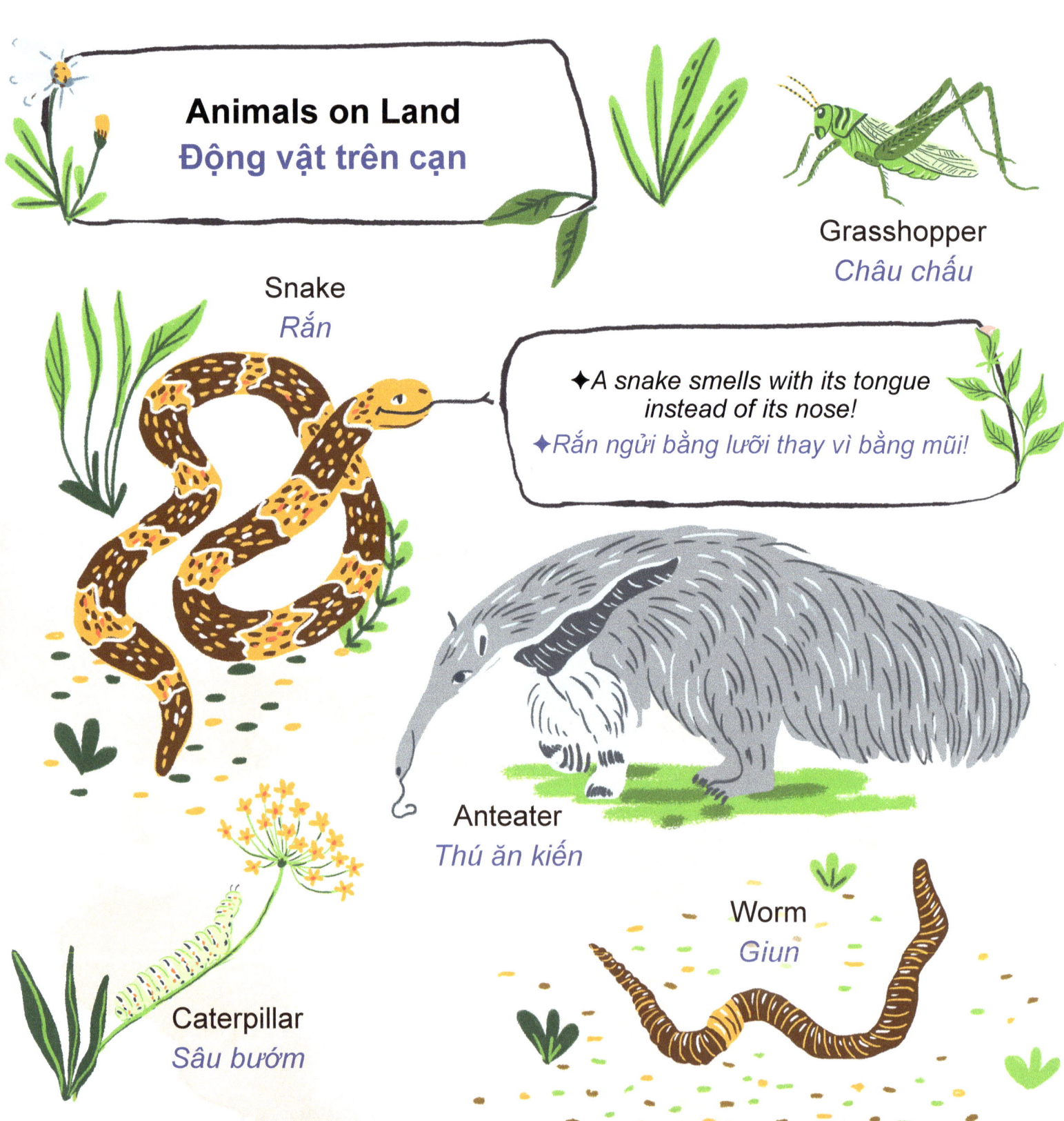

Badger
Lửng

Porcupine
Nhím

Groundhog
Sóc đất

✦ A lizard can grow a new tail if it loses one!
✦ *Thằn lằn có thể mọc đuôi mới nếu mất đuôi!*

Lizard
Thằn lằn

Ant
Kiến

Small Animals
Động vật nhỏ

Chameleon

Tắc kè hoa

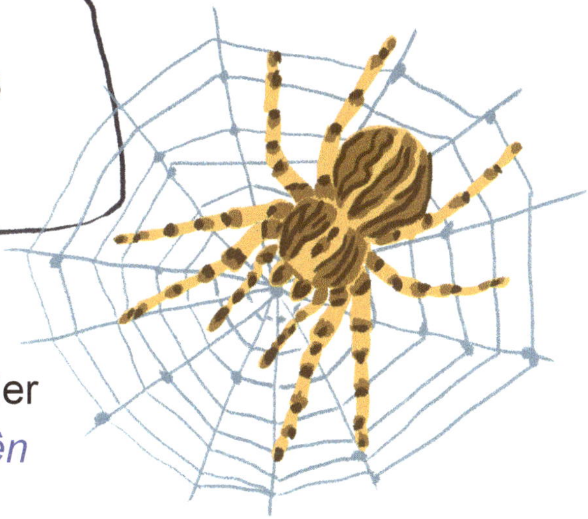

Spider

Nhện

✦An ostrich is the biggest bird, but it cannot fly!

✦Đà điểu là loài chim lớn nhất, nhưng nó không biết bay!

Bee

Ong

✦A snail carries its home on its back and moves very slowly.

✦Ốc sên mang ngôi nhà của mình trên lưng và di chuyển rất chậm.

Snail

Ốc sên

Mouse

Chuột

Quiet Animals
Động vật yên lặng

Turtle
Rùa

Ladybug
Bọn rùa

✦ A turtle can live both on land and in water.

✦ *Rùa có thể sống cả trên cạn và dưới nước.*

Fish
Cá

Lizard
Thằn lằn

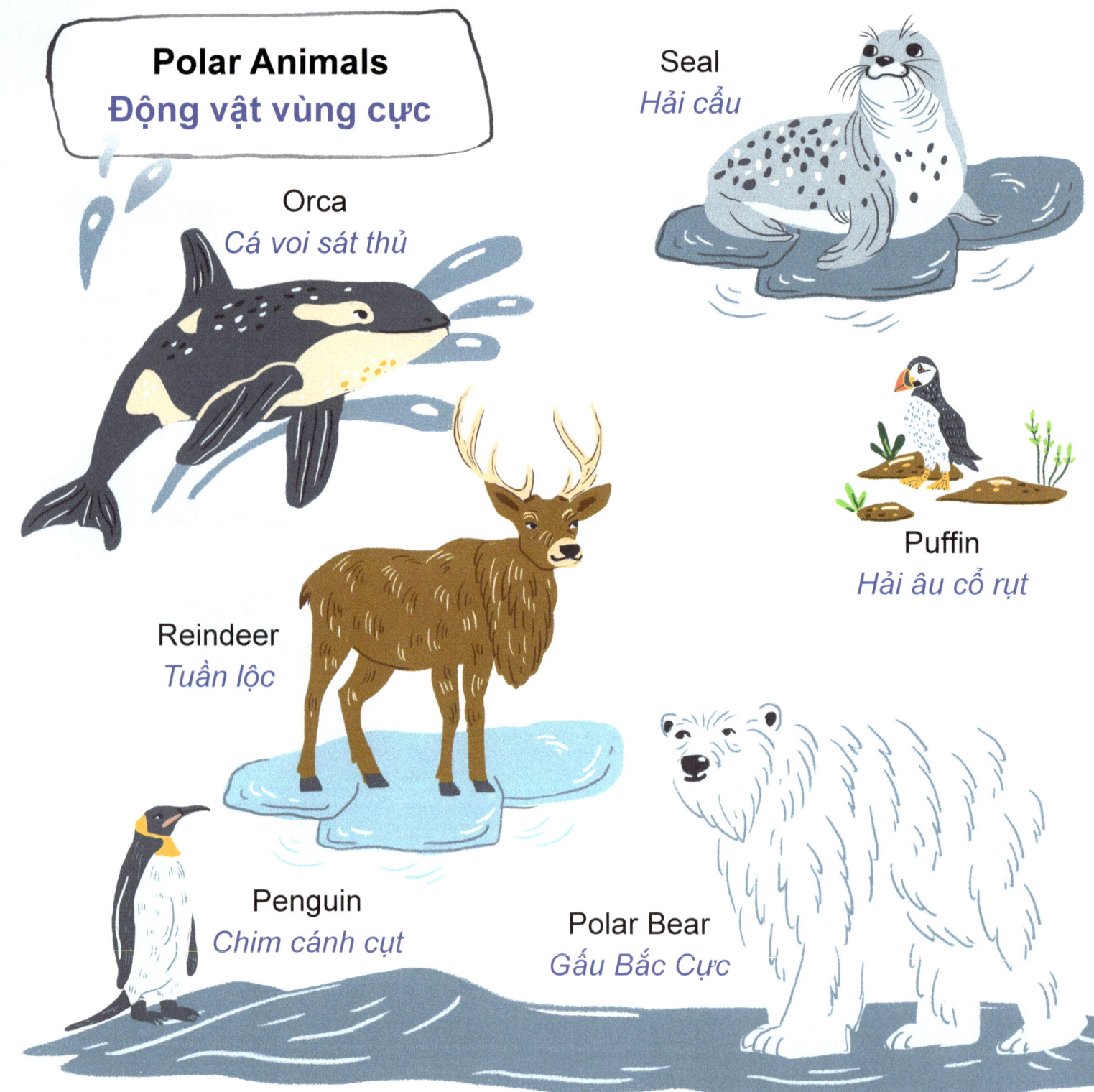

Owl
Cú mèo

Bat
Dơi

✦An owl hunts at night and uses its hearing to find food!

✦*Cú mèo săn mồi vào ban đêm và sử dụng thính giác để tìm thức ăn!*

✦A firefly glows at night to find other fireflies.

✦*Đom đóm phát sáng vào ban đêm để tìm những con đom đóm khác.*

Raccoon
Gấu mèo

Tarantula
Nhện Tarantula

Colorful Animals
Động vật nhiều màu sắc

A flamingo is pink
Chim hồng hạc có màu hồng

An owl is brown
Cú mèo có màu nâu

A swan is white
Thiên nga có màu trắng

An octopus is purple
Bạch tuộc có màu tím

A frog is green
Ếch có màu xanh lá cây

✦ A frog is green, so it can hide among the leaves.
✦ *Ếch có màu xanh lá cây nên có thể ẩn mình trong những chiếc lá.*

Animals and Their Babies
Động vật và con non của chúng

Cow and Calf
Bò mẹ và bê con

Cat and Kitten
Mèo mẹ và mèo con

✦ A chick talks to its mother even before it hatches.
✦ *Gà con "nói chuyện" với gà mẹ ngay cả trước khi nở.*

Chicken and Chick
Gà mẹ và gà con

Dog and Puppy
Chó mẹ và chó con

Butterfly and Caterpillar
Bướm và sâu bướm

Sheep and Lamb
Cừu mẹ và cừu con

Horse and Foal
Ngựa mẹ và ngựa con

Pig and Piglet
Lợn mẹ và lợn con

Goat and Kid
Dê mẹ và dê con

www.ingramcontent.com/pod-product-compliance
Lightning Source LLC
LaVergne TN
LVHW072100060526
838200LV00061B/4775